Story by
Jeanette C. Patindol

Illustrations by
Sergio T. Bumatay III

Adarna House

Mamang says these are tight times,
so we've got to be tough.
There's no use complaining,
only good sense in being thankful
for what we still can have.

Sabi ni Mamang, ito'y panahon ng taggipit
skaya't kailangan nating maging matatag.
Walang silbi ang pagdaing,
mainam ang magpasalamat
sa anumang maaari pa nating matanggap.

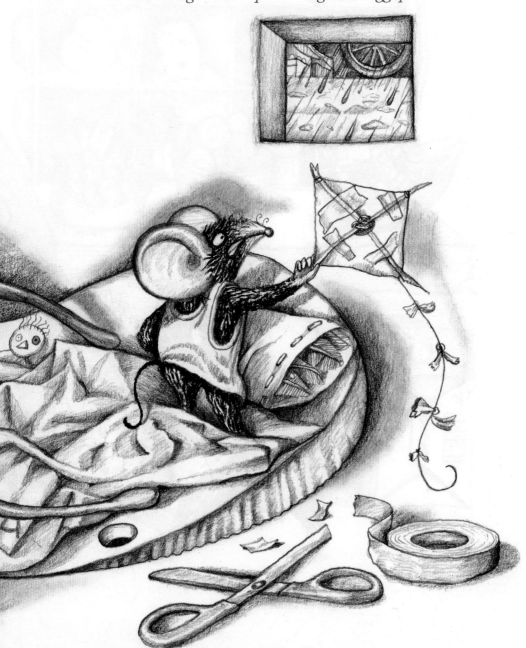

I used to have two eggs for breakfast.
Now, I can have only one,
and not everyday at that.
But I'm glad I still have eggs to eat.

Dalawang itlog dati ang kinakain ko sa almusal.
Ngayon, isa na lang,
at hindi pa iyon araw-araw.
Pero masaya ako't may itlog pa akong nakakain.

I used to make my chocolate drink
really chocolatey,
with three heaping spoonfuls of chocolate powder.
Now, I can have only one spoonful a drink.
And not everyday at that, too.
But I'm glad I still have chocolate to drink.

Ang timpla ko dati sa inumin kong tsokolate
ay talagang matsokolate,
may tatlong nag-uumapaw na kutsara ng pulbos na tsokolate.
Ngayon, isang kutsara lang ang maaari kada timpla ng inumin.
At hindi rin iyon araw-araw.
Pero masaya ako't mayroon pa akong tsokolateng naiinom.

I eat my eggs slowly now,
and drink my chocolate even more slowly.
It is strange how my chocolate and eggs
taste yummier these days!

Kinakain ko ang mga itlog ngayon nang dahan-dahan,
at iniinom ang tsokolate nang mas mabagal.
Nakapagtataka kung paanong ang mga itlog at tsokolate
ay mas malinamnam nitong nakalipas na mga araw!

Papang says these are tight times,
so we've got to be smart.
Gold is not out there;
we've got to find it in here.

Sabi ni Papang, ito'y panahon ng taggipit.
Kaya't kailangan nating gamitin ang ulo.
Ang ginto ay hindi basta napupulot sa kalye;
kailangan natin itong hanapin.

He lost his job.
So he works inside the house instead—
fixing things, cleaning things,
and helping our neighbors fix their things, too.

Natanggal sa trabaho si Papang.
Kaya't nagtatrabaho na lamang siya sa loob ng bahay—
nagkokompone ng mga kagamitan, naglilinis ng mga kasangkapan,
at tumutulong din sa aming mga kapitbahay na magkompone ng kanilang kagamitan.

When Mamang comes home from work,
Papang puts her feet up on the couch.
While he kneads her feet,
we bring her ice-cold water to drink
and some rice cake to eat.

Pag-uwi ni Mamang galing sa trabaho,
ang mga paa niya ay itinataas ni Papang sa sopa.
Habang minamasahe ni Papang ang mga paa ni Mamang,
dinadalhan namin si Mamang ng tubig na nagyeyelo sa lamig.
at kaunting puto para kainin.

We used to go to the mall
every Saturday or Sunday.
Now, we stay at home instead
and draw pictures,
or play the guitar,
or dance with Mamang,
or garden with Papang.

Namamasyal kami noon sa mall
tuwing Sabado o Linggo.
Ngayon, nasa bahay na lang kami
at nagdodrowing,
o tumutugtog ng gitara,
o nakikipagsayaw kay Mamang,
o naghahalaman kasama ni Papang.

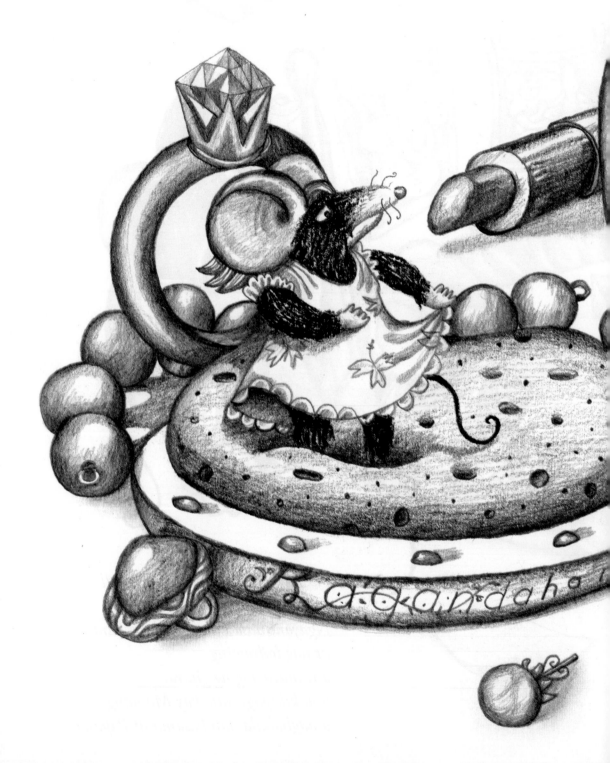

Today is Mamang's birthday.
Because we couldn't buy her gifts,
we made our own gifts instead.

Bertdey ni Mamang ngayon.
Dahil hindi kami makabili ng mga regalo para sa kaniya,
iginawa na lang namin siya ng mga regalo.

I drew a picture of her
in a long, golden yellow gown,
with sampaguitas for a crown,
and a big, red heart all around.

Iginuhit ko siya
suot ang isang mahaba, ginintuang dilaw na damit,
na may koronang gawa sa sampagita,
at malaki at pulang puso sa paligid.

Manong strummed and sang her a song
while Papang danced with her.
Papang twirled her around, then brought her up close,
and held her gently as Mamang clasped in her hand
the bunch of sampaguitas Papang gave her
from his little plot of land.

Tumugtog ng gitara si Manong at kinantahan si Mamang
habang nakikipagsayaw si Papang sa kaniya.
Pinaikot-ikot niya si Mamang, saka hinapit palapit,
at hinawakan nang marahan, habang tangan ni Mamang
ang bungkos ng sampagita na ibinigay ni Papang
mula sa maliit niyang taniman.

Tiyay Gracia, our neighbor, knocked
to thank Papang for fixing her grocery store locks.
She brought us some things, too—
a birthday cake for Mamang,
a big pack of chocolate drink powder,
and, would you believe, two dozen eggs?!

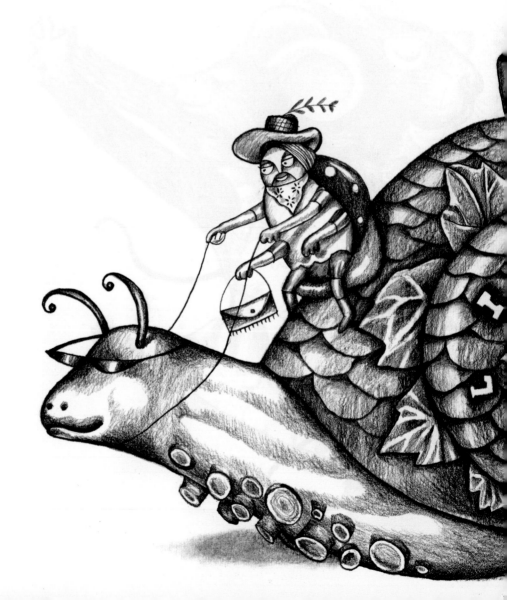

Kumatok si Tiyay Gracia, ang aming kapitbahay,
para pasalamatan si Papang sa pagkokompone
ng mga kandado niya sa tindahan.
Mayroon din siyang mga bitbit para sa amin—
isang bertdey keyk para kay Mamang,
isang malaking pakete ng inuming tsokolate,
at, maniniwala ka ba, dalawang dosenang itlog?!

Day after day,
it went on like that—
neighbors asking for help
with fixing their things
and neighbors coming back,
giving us things we lacked.

Araw-araw,
ganoon ang nangyayari—
mga kapitbahay na humihingi ng tulong
sa pagkokompone ng kanilang mga gamit
at mga kapitbahay na bumabalik,
nagbibigay ng mga bagay na kulang kami.

Day after day,
we went on like that—
finding the good in what we had,
being grateful for our blessings,
and sharing the good with others.

Araw-araw,
ganoon ang nangyayari sa amin—
natutuklasan ang kabutihan sa mga bagay na mayroon kami,
nagpapasalamat sa aming mga biyaya,
at nagbabahagi ng kabutihan sa kapuwa.

Soon enough, the tight times were over.
Papang found a better-paying job.
This time, he fixes people's things
right from our very own shop!

Di nagtagal, lumipas ang panahong taggipit.
Nakakita si Papang ng trabahong mas maayos ang kita.
Ngayon, nagkokompone na siya ng mga gamit ng ibang tao
sa sarili naming talyer!

Adarna House
Trademark of Adarna House, Inc.

First printing of the first edition, 2007
Seventh printing of the first edition, 2014

Printed in the Philippines
Published by Adarna House, Inc.

Story by Jeanette C. Patindol
Illustrations by Sergio T. Bumatay III
Translation by Dencel L. Aquino
Layout by Guia Anne Z. Salumbides

For my great brothers and wonderful sisters! —*S.T.B. III*

ISBN 978-971-508-307-2

For comments and suggestions,
you may call Adarna House at 352-6765,
write us at 109 Scout Fernandez
corner Scout Torillo Streets,
Brgy. Sacred Heart, Quezon City,
or e-mail adarnahouse@adarna.com.ph.